This Comic is the Work of:

______________________________

______________________________

______________________________

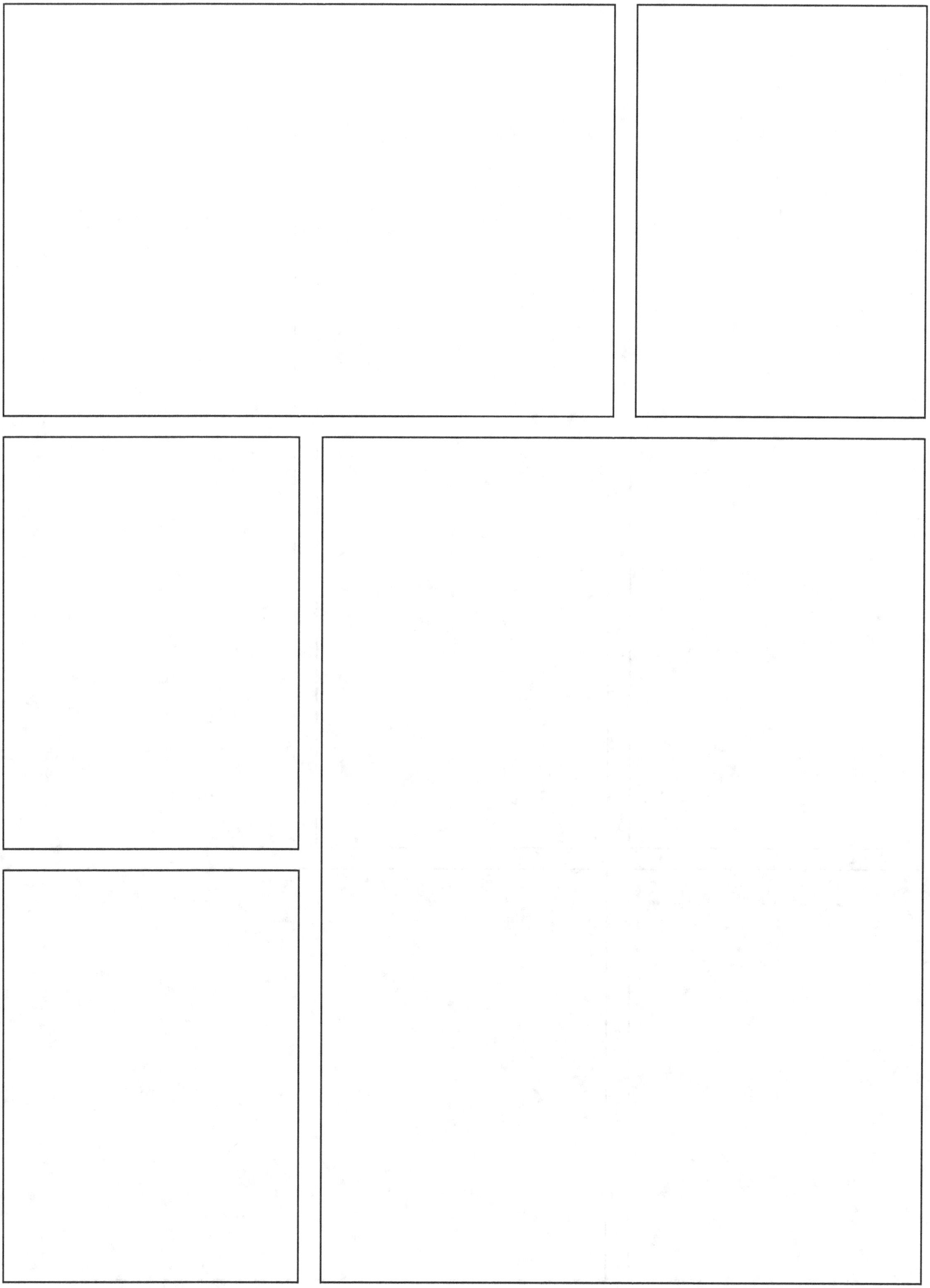